ஆம்பஸ் தோம்பஸ் ஹிப்போகாம்பஸ்

சிறார் நாவல்

இது ஒரு

மெட்ராஸ் பேப்பர்

தயாரிப்பு

ஆம்பஸ் தோம்பஸ் ஹிப்போகாம்பஸ்

சிறார் நாவல்

சிவசங்கரி வசந்த்

மெட்ராஸ் பேப்பர்

Title: Aampas Thompas Hippocampus
Author's Name: Sivasankari Vasanth
Copyright © Sivasankari Vasanth 2022
Published by MadrasPaper

மெட்ராஸ் பேப்பர்
MadrasPaper
(An imprint of Zero Degree Publishing)
No. 55(7), R Block, 6th Avenue,
Anna Nagar,
Chennai - 600 040

Website: www.madraspaper.com
www.zerodegreepublishing.com
E Mail id: zerodegreepublishing@gmail.com
Phone: 89250 61999

Ezutthu Prachuram First Edition: December 2022
ISBN: 978-93-95511-43-8
TITLE NO MP: 1

Cover & Illustrations: Pornikaa Vasantharaj
Layout: Vijayan, Creative Studio

சமர்ப்பணம்

எழுத்தாளர் பா.ராகவன் அவர்களுக்கு.

பொருளடக்கம்

நன்றி

பாலகணேஷ்
உமா நந்தினி குருஷேவ்

1. மகள் மேஜிக் ஷோ

"ஒரு துளி நீரில் கடலின் அனைத்து ரகசியங்களும் ஒளிந்திருக்கும்."

-ஒவ்வொரு முறை மேஜிக் ஷோ ஆரம்பிக்கும் போது இதைச் சொல்லிக்கிட்டேதான் அந்தக் கருப்புநிறப் பெட்டியில் இருந்து வெளிய வருவார். சிகரி என்ற பேரையும் உனக்கு அவர்தான் வெச்சார். ஆனா உங்க அப்பா உனக்கு வெக்க நினைச்ச பேர் தனலட்சுமி. உங்க தாத்தா தனலட்சுமின்னு உனக்குப் பேர் வெக்க ஒத்துக்கவே இல்லை. சிகரி என்றால் நீர்த்துளி. என் மேஜிக் ரகசியங்கள் அனைத்தையும் இவளுக்குக் கத்துக் கொடுத்து என் வாரிசா உருவாக்குவேண்ணு சொல்லி இந்தப் பேரை உனக்கு வெச்சார். உங்க தாத்தாவுக்கு நீர் மீது அவ்வளவு பற்று" என்று கூறிக்கொண்டே வசதியாகக் கால் நீட்டி உட்கார்ந்தார் பாட்டி.

சிகரிக்கு புரிந்து விட்டது. இன்று பாட்டி மறுபடியும் தாத்தாவின் மேஜிக் ஷோ கதையை ஆரம்பிக்க

போகிறார். ஆனால் எத்தனை முறை கேட்டாலும் சலிப்பு தட்டாத கதை என்றால் அது தாத்தாவின் கதை தான்.

ஏதோ வரைந்து கொண்டிருந்தான் தனா. அதை அப்படியே வைத்து விட்டுக் கதை கேட்க வந்து விட்டான்.

"உங்க தாத்தா இருந்த வரைக்கும் தாத்தாவோட 'மகஸ் மேஜிக் ஷோ' தான் அந்த ஊரின் அடையாளமா இருந்துச்சு. ஆங்கிலத்தில மகஸ் என்றால் மந்திரம். தாத்தா பெயரும் மகேஸ்வரன் என்பதால் 'மகஸ் மேஜிக் ஷோ'ன்னு வெச்சிருந்தார். ஒவ்வொரு மாசமும் கடைசி ஞாயித்துக்கெழமை மட்டும்தான் மேஜிக் ஷோ நடத்துவார். மாலை ஆறு மணிக்கு தொடங்கி சரியாக ஏழு மணிக்கு முடிச்சுடுவார். நிறைய பேர் அவர்கிட்ட எல்லா ஞாயித்துக்கெழமைலயும் மேஜிக் ஷோ நடத்தச் சொல்லிக் கேட்டாங்க. உங்க அப்பாகூட நிறைய நாள் மேஜிக் ஷோ நடத்தினா நிறையச் சம்பாதிக்கலாம், அதுவும் பட்டணத்தில் நடத்தலாம்ன்னுல்லாம் சொல்லிப் பார்த்தார். உங்க தாத்தா ஒத்துக்கவே இல்லை.

"எனக்கும் மேஜிக் ரகசியங்களைச் சொல்லித்தர மாட்டீங்க. நீங்களும் அத வெச்சுக் காசு சம்பாதிக்க மாட்டீங்க' என்று தன் அப்பாகிட்ட சண்டை போட்டுட்டு இந்த ஊருக்கு வந்தவர்தான் உங்க அப்பா. அதுக்கு பிறகு தாத்தா உயிரோட இருக்கும் வரை வரவே இல்லை. ஹும், நம்ம வீட்டை நான் பார்த்தே பதினொரு வருசம் ஆயிடிச்சு" என்று பெருமூச்சு விட்டார் பாட்டி.

"தாத்தா மேஜிக் ஷோ கதை சொல்லுங்க பாட்டி" என்றான் தனா.

'நம்ம ஊர் மலையருவி. அங்கே இருக்கற நம்ம வீடு தான் ஊரிலயே மிகப்பெரிய வீடு. அந்தக் காலத்துல இரண்டு மாடி வீடெல்லாம் அதிசயம். வீட்டுக்குப் பின்பக்கத்துல ஒரு பெரிய தோட்டம் உண்டு. வலதுபக்கம் பூந்தோட்டம், இடதுபக்கம் காய்கறித் தோட்டம். அதைத் தாண்டி வந்தா ரெண்டு பக்கமும் பழமரங்கள். நம்ம தோட்டத்து மாம்பழத்துக்குத் தனி ருசி உண்டு. தோட்டத்தத் தாண்டினால ஒரு ஐம்பதடி தூரத்துக்குப் புல்தரை. புல்வெளியை தாண்டினா பதினாறு படிகள் கொண்ட படித்துறை. மூலிகைவாசம் கலந்த அருவித்தண்ணி அங்க ஆறு மாதிரி ஓடிட்டிருக்கும்.

அந்தப் புல்வெளியிலதான் ஒரு மேடை போட்டு மேஜிக் ஷோ நடத்துவார். எங்க கல்யாணம் முடிஞ்சு இரண்டு வாரம் கழிச்சு நம்ம வீட்டு மாடிப் பால்கனியில் உட்கார்ந்து முதல்முதலா உங்க தாத்தாவோட மேஜிக் ஷோவப் பார்த்தேன். அது இப்பவரைக்கும் என் கண்ணுக்குள்ளேயே நிக்கிது.

எப்பவுமே வந்திருக்கற மக்கள்ட்ட ஒரு கேள்வி கேப்பார். அன்னிக்கு 'விலங்கினத்தில் எந்த ஆண் விலங்கு குழந்தையைப் பெற்றெடுக்கிறது?' அப்டின்னு கேட்டார்.

அன்னிக்கு வெளிநாட்டுல இருந்து சுற்றுலாவுக்கு வந்த சிலரும் மேஜிக் ஷோ பார்க்க வந்திருந்தாங்க. அதனால ஆங்கிலத்திலயும் அதே கேள்வியைத் திரும்பக் கேட்டார். *Which is the animal species where the male gives birth?*

உடனே ஒரு சின்னப் பெண் கைய உயர்த்திக்கிட்டு பதில் சொல்ல எழுந்தா. ஆனா பதிலச் சொல்லாம யோசனையோட திரும்பவும் உட்கார்ந்துட்டா.

"ரெண்டு பேரும் சாப்பிட்டுக்கிட்டே கதையக் கேளுங்க" என்றபடியே அம்மா வந்தார். தட்டில் இட்லி வைத்து சட்னி ஊற்றி சிகரிக்கும் தனாவிற்கும் கொடுத்துவிட்டு உட்கார்ந்தார்.

"அம்மா, தாத்தா மேஜிக் செய்யறதை நீங்க பார்த்திருக்கிங்களா..?" தனா கேட்டான்.

"நிறையத் தடவை பார்த்திருக்கேன். ஒவ்வொரு தடவையும் ஏதாச்சும் ஒரு புது மேஜிக் செய்வார்."

"ஆமா, ஒவ்வொரு முறையும் அதுவரை செய்யாத ஒரு புதிய மேஜிக் கண்டிப்பாக இருக்கும். அதனாலதான் அவருக்கு அவ்வளவு புகழ். பல ஊர்கள்ள இருந்து இதுக்காகவே வருவாங்க. நிறைய பேரு ஒவ்வொரு மாசமும் தொடர்ந்து வருவாங்க."

"அவர் செய்யற வித்தைகள் பலதுல தண்ணிதான் பிரதானமா இருக்கும். ஒரு வாட்டி என்ன பண்ணார்ன்னா ரெண்டு குழந்தைகளக் கூப்ட்டு ஆளுக்கொரு கப் குடுத்து ஆத்துல இருந்து தண்ணி எடுத்துட்டுவரச் சொன்னார். அவங்க கொண்டு வந்த தண்ணிய ஒரே நொடியில மாம்பழ ஜூஸாக மாத்திக் கொடுத்துட்டார். ஒரு வாட்டி தண்ணிய ஐஸ்கிரீமா மாத்தினாரு."

"பாட்டி, உங்களுக்கு அந்த மேஜிக் தெரியுமா..? நினைச்ச நேரம்லாம் நாமளும் ஐஸ்கிரீம் சாப்பிடலாம்ல..." என்றான் தனா.

பாட்டி சிரித்துக் கொண்டே "எனக்குத் தெரியாது. வித்தை தெரியும்ங்கற காரணத்துனால அதை எப்பயும் பயன்படுத்தக் கூடாதும்பார் உன்னோட தாத்தா. அவரு ஒருநாள்கூட வீட்டுல எந்த

விந்தையும் செஞ்சதேயில்லை. அந்த மேடைல ஏறினா மட்டும்தான் அவர் மேஜிஷியன். மத்த நேரங்கள்லல்லாம் சாதாரண மனிதராத்தான் நடந்துக்குவார்."

"பண்ணையோட வரவு செலவுக் கணக்குப் பார்க்கற நேரம் தவிர மத்த நேரத்துலல்லாம் அவரோட அறையில இருந்துக்கிட்டு ஏதாச்சும் ஒரு புத்தகத்தைப் படிச்சுக்கிட்டே இருப்பாரு. வீட்டில அதிகமா யார்ட்டயும் பேசவே மாட்டாரு."

"ஏன் பாட்டி யாருக்குமே அவரோட வித்தைகளைக் கத்துக் குடுக்கவே இல்ல.?" என்று சிகரி கேட்டாள்.

"நானும் இதே கேள்வியை அவர்கிட்டக் கேட்டேன். அதுக்கு அவர், 'வித்தை தனக்கான நபரைத் தானே தேர்ந்தெடுத்துக் கொள்ளும். அப்படித்தான் என்னை ஒருநாள் தேர்ந்தெடுத்தது. எனக்குத்து யாருங்கறதை நான் முடிவு செய்ய முடியாது. வித்தைதான் முடிவு செய்யும்' அப்படின்னார். பல நேரங்கள்ல அவர் பேசறது எனக்குப் புரியாது. அப்டித்தான்... இதுவும் புரியலை. ஆனா ஏதோ ஒரு உள் அர்த்தம் அவரோட பேச்சுல நிச்சயம் இருக்கும்."

"உம், உங்கப்பாவுக்கு அந்த ஊரும் பிடிக்காது. அந்த வீடும் பிடிக்கவே பிடிக்காது. அவர் இறந்த மறுமாசமே எல்லாச் சொத்தையும் விக்கறதுக்கு ஏற்பாடு செஞ்சான் உங்கப்பா. ஆனா, பத்திரம் எங்கருக்குன்னே கண்டுபிடிக்க முடியல்லை. உங்கப்பாவோட குணம் தெரிஞ்சுதான் எல்லாப் பத்திரத்தையும் உன் தாத்தா எங்கயோ ஒளிச்சு வெச்சுட்டார். உங்கப்பா வீட்டோட எல்லா சந்து பொந்துலயும் தேடி சலிச்சுப் போய்ட்டார். அது கிடைக்கவேயில்ல."

"நாம இந்த லீவுக்கு அங்க போலாமா பாட்டி..?"

"எனக்கும் ஆசையாத்தான் இருக்கு. உங்கப்பா விடமாட்டார்"

பாட்டி சொல்லிக் கொண்டிருக்கும்போதே கதவு திறந்து அப்பா உள்ளே வந்தார். அம்மா எழுந்து போய் தண்ணீர் எடுத்து வந்து அப்பாவிடம் கொடுத்தார்.

"அடுத்த வாரம் நான் ஒரு வியாபார விஷயமாக துபாய் போக வேண்டியிருக்கு. உங்களுக்கும் லீவுதான். ஆனா தக்கல் மூலம் பாஸ்போர்ட் எடுத்தாலும் அது சரியான நேரத்துக்கு வருமான்னு தெரியலை. அடுத்த வாட்டி கூட்டிட்டுப் போறேன். இந்த விடுமுறைக்கு நீங்க இங்க பக்கத்தில இருக்கற ஏதாவது இடங்களுக்குப் போய்ச் சமாளிச்சுக்கோங்க."

அவர் சொல்லிவிட்டு உள்ளே அறைக்குச் சென்றதும் மற்ற நால்வரும் ரகசியமாகச் சொந்த ஊரான மலையருவிக்குப் போகத் திட்டம் போட்டார்கள்.

2. மலையருவி

பாட்டியால் பஸ்ஸில் பயணிக்க முடியாது. விடுமுறை நேரத்தில் ரயில் டிக்கெட் கிடைப்பது சிரமம். எப்படியாவது டிக்கெட் கிடைக்க வேண்டும் என்று வேண்டிக் கொண்டே அம்மாவுடன் ரயில் நிலையம் சென்றாள் சிகரி. சிகரியின் அம்மா சந்தியா வரிசையில் நிற்க, சிகரி பிளாட்பாரப் பெஞ்சில் உட்கார்ந்தாள். சிறிது நேரம் கழித்து அருகில் யாரோ வருவது போலத் தோன்றவும் நிமிர்ந்து பார்த்தாள். அவளது பள்ளித்தோழி நித்யாதான் அவளது அப்பாவுடன் வந்திருந்தாள்.

"சிகரி, என்னடி இங்க தனியாக உட்கார்ந்துட் டிருக்க..?"

'நாங்க விடுமுறைக்கு எங்க சொந்த ஊரான மலையருவிக்குப் போலாம்ன்னு முடிவு பண்ணிருக்கோம்டி. திருநெல்வேலி வரைக்கும் ட்ரெயின்ல போறதுக்கு டிக்கெட் எடுக்க வந்தோம்."

நித்யாவின் அப்பா, "நாங்க திருநெல்வேலிக்கு போக நினைச்சு ஒரு மாசம் முன்னயே டிக்கெட்

வாங்கிருந்தோம். ஆனா இப்போ போக முடியலை. டிக்கெட்டைக் கேன்சல் பண்ணத்தான் வந்தோம். நாலு டிக்கெட் இருக்கு. உங்களுக்கு எத்தனை டிக்கெட் வேணும்..?"

"எங்களுக்கும் நாலு டிக்கெட்தான் வேணும். இருங்க, நான் போய் அம்மாகிட்ட இதச் சொல்லி அவங்களக் கூட்டிக்கிட்டு வரேன்" என்று ஓடினாள் சிகரி.

நித்யாவின் அப்பாவிடம் டிக்கெட்டுகளைப் பெற்றுக் கொண்டு அதற்கான பணத்தைக் கொடுத்துவிட்டு பலமுறை நன்றியும் கூறிவிட்டு மகிழ்ச்சியோடு விட்டிற்குத் திரும்பினார்கள்.

சிகரியின் அப்பா துபாய் கிளம்பிச் சென்ற மறுநாள் இரவு நான்கு பேரும் திருநெல்வேலி செல்லும் ரயிலில் ஏறிப் பயணிக்க ஆரம்பித்தார்கள்.

"நாளைக்குக் காலையில அருவில குளிக்கலாம். அப்படித்தானே பாட்டி..?"

"இல்லதனா. திருநெல்வேலியில இருந்து நம்மளோட ஊருக்குப் போறதுக்கு ரெண்டு இல்லன்னா ரெண்டரை மணி நேரம் எடுக்கும். எப்படியும் நாம போன உடனே அருவிக்கு போக சான்ஸே இல்ல. அதுனால சாயங்காலம் நாலு மணிக்கு கண்டிப்பா அருவிக்குக் கூட்டிட்டுப் போறேன்" என்றார் அம்மா.

பாட்டி அமுதவள்ளிக்குத் தாத்தா நடமாடிய இடங்களில் மறுபடி நடமாடப் போகும் சந்தோஷம். அம்மா சந்தியாவிற்குத் தோட்டத்து மாம்பழத்தை மீண்டும் ருசிக்க போகிறோம் என்ற ஆவல். தனாவிற்குத் தினமும் அருவியில் குளிக்கலாம் என்ற மகிழ்ச்சி. மூன்று பேரும் ஊர்ப் பயணத்தை

மகிழ்ச்சியுடன் எதிர்நோக்க, சிகரிக்கு மட்டும் மனதில் ஒருவிதமான பயம் இருந்தது.

ஒருவேளை அப்பாவிற்கு எப்படியோ விஷயம் தெரிந்து வீட்டில் பிரச்சினை வந்துவிட்டால் எப்படிச் சமாளிப்பது என்று கவலையாக இருந்தது. ஆனால் பாட்டிக்கும் அம்மாவிற்கும் கொஞ்சம்கூடக் கவலை இல்லை. சிகரிதான் பக்கத்து வீட்டு ரவியிடம், அப்பா ஏதாவது காரணத்தால் சீக்கிரம் திரும்பி வந்து விட்டால் போன் செய்யச் சொல்லி மலையருவி வீட்டின் நம்பரைக் கொடுத்து விட்டு வந்தாள்.

'கடவுளே, அப்பா வருவதற்குள் நாங்கள் நல்ல படியாக வீட்டிற்கு திரும்பி வந்துவிட வேண்டும்' என்று வேண்டிக் கொண்டே தனக்கான அப்பர் பெர்த்தில் ஏறி படுத்தாள் சிகரி.

கோவில்பட்டி வந்த உடன் எல்லோரையும் பாட்டி எழுப்பி விட்டார். எல்லோரும் முகம் கழுவி, பல் தேய்த்துவிட்டு அமரவும் டி, காஃபி, பால் என்று கூறிக்கொண்டு வந்தவரை நிறுத்தி இரண்டு காபி, இரண்டு பால் வாங்கி குடித்தார்கள். திருநெல்வேலி ஸ்டேஷனில் அவர்களை எதிர்பார்த்துப் பண்ணையை நிர்வாகம் செய்யும் கணக்குப்பிள்ளை கனகசபை காத்திருந்தார். பாட்டியை பார்த்ததும் அவர் கண்ணில் ஈரம் கசிந்தது போல சிகரிக்குத் தோன்றியது.

"அம்மா, உங்களைப் பார்த்து எவ்வளவு வருஷம் ஆச்சு..? நீங்க மகனுடன் பட்டிணம் போய்ட்டாலும் வருஷத்துக்கு ஒரு முறையாச்சும் வருவீங்கன்னு நினைச்சோம். ஊரையும் எங்களையும் ஒரேயடியா மறந்துட்டீங்களே."

"ஊரையும் மறக்க முடியாது, உங்களையும் மறக்க முடியாது. என் பையன் விஜயனைப் பத்தித்தான்

உங்களுக்கு நல்லாத் தெரியுமே. சும்மாவே அவனுக்கு நம்ம ஊர் புடிக்காது. அதுலயும் சொத்துப் பத்திரங்களும், அவர் எழுதின இறுதி உயிலும் கிடைக்காமல் போனதை அவன் பெரிய அவமானமா நினைக்கிறான். அவங்க அப்பா மீது காட்ட முடியாத கோபத்தையெல்லாம் ஊர் மேல காட்டிக்கிட்டு இருக்கான்."

"சரி, விடுங்கம்மா. எல்லாம் சீக்கிரம் சரியாப் போயிடும். கார் வெளியே நிக்குது. உடனே கிளம்பினால் ஒன்பது மணிக்குள்ள வீட்டுக்குப் போயிடலாம்."

கார் மலையருவியை நோக்கிப் போய்க் கொண்டிருந்தது. பாட்டி ஊரில் அவருக்குத் தெரிந்தவர்கள் பற்றி எல்லாம் விசாரித்துக் கொண்டே வந்தார். கனகசபை அங்கிளுக்கு சிகரியைப் போலவே ஆறாம் வகுப்பு படிக்கும் ஒரு பையன் இருக்கிறான் என்று தெரிந்தது. அதைப்போல தோட்டத்தைப் பராமரிக்கும் சகாயம் அங்கிளுக்கும் ஐந்தாம் வகுப்புப் படிக்கும் ஒரு மகள் இருக்கிறாள் என்று சொன்னார். சிகரிக்கு அவளுடன் கூடச்சேர்ந்து விளையாட அங்கே துணை இருக்கிறது என்பது மிகவும் சந்தோஷமாக இருந்தது.

தாத்தா மேஜிக் ஷோவில் 'விலங்கினங்கினத்தில் எந்த ஆண் விலங்கு குழந்தையைப் பெற்றெடுக்கிறது?' என்று கேட்ட கேள்விக்கு 'கடல் குதிரை' என்ற சரியான பதிலை இந்தச் சின்ன பெண் கடைசியில் சொல்லி இருக்கிறாள். அந்தப் பெண்ணின் பெற்றோர்களுக்கே பயங்கர ஆச்சர்யம். 'எப்படி அவளுக்கு விடை தெரிந்தது?' என்று கேட்டதற்கு, 'நூலகத்தில் இருந்த ஒரு புத்தகத்தில் படித்தேன்'

என்று சொல்லியிருக்கிறாள். அதைக் கேட்ட தாத்தாவுக்கு பயங்கர சந்தோஷமாம். அந்தப் பெண்ணிற்கு அவர் பத்துப் புத்தங்களை பரிசாகக் கொடுத்து வாழ்த்தியிருக்கிறார்.

அதைக் கேட்டதில் இருந்து சிகரியும் புத்தகங்கள் நிறைய படித்து, அதைப்போல இருக்கும் விசித்திர உண்மைகளை எல்லாம் தனியாகக் குறித்து வைத்து நண்பர்களிடம் கேட்பாள். பள்ளியில் சமீபத்திய விளையாட்டு இதுவாகத்தான் இருந்தது. இங்கே இருக்கும் இந்த இரண்டு பேரோடும் அதைப் போல விளையாடலாம் என்று திட்டம் போட்டாள் சிகரி.

தாத்தா அறையில் நிறையப் புத்தகங்கள் உண்டாம். அவற்றையும் படித்து அவற்றில் ஏதாவது விசித்திர உண்மைகள் இருந்தால் தனியாகக் குறித்து வைத்து கொள்ள வேண்டும் என்று நினைத்தாள்.

கார் மலையருவி ஊர் எல்லைக்கு அருகில் சென்றதுமே மூலிகை வாசத்தோடு ஜில் என்ற காற்று முகத்தில் அடித்தது. பாட்டி, பேசுவதை நிறுத்தி விட்டு ஆவலுடன் ஊரைப் பார்த்துக் கொண்டே வந்தார். கார் போகும் வழியில் இருபுறமும் புங்கை மரங்கள் இருந்தன. சிறிது தூரம் சென்ற பிறகு அருவி கண்ணுக்குத் தெரிந்தது.

"அம்மா, அருவி தெரியுது பாருங்க" என்றான் தனா.

"தம்பி, நம்ம வீட்டு மாடியிலருந்து பார்த்தா அருவி இன்னும் அழகாத் தெரியும். நம்ம தோட்டத்துல இருந்து அருவிக்குப் போகறதுக்கு ஒரு பாதை இருக்கு. அந்த வழியா போனால பத்தே நிமிஷத்துல அருவிக்குப் போயிடலாம்." கனகசபை சொன்னார்.

அடுத்த இரண்டு நிமிடத்தில் வீடு வந்து விட்டது. வாசலில் 'மகேஸ்வரன் - அமுதவள்ளி இல்லம்' என்று எழுதியிருந்தது. எல்லோரும் இறங்கியவுடன் ஆரத்தி எடுத்து உள்ளே கூட்டிச் சென்றார்கள். அங்கு பல வருடங்களாக வீட்டிலும் தோட்டத்திலும் வேலை செய்து வந்தவர்கள் எல்லாம் கூடி நலம் விசாரித்தார்கள். சிகரி தன் வயதில் இரண்டு பேர் இருப்பதாக பேசிக் கொண்டார்களே, அவர்கள் எங்கே என்று தேடினாள். அவர்கள் இருவரும் ஓர் அறையின் கதவுகளுக்கு பின்னாலிருந்து எட்டிப் பார்த்து கொண்டிருந்தார்கள்.

ஆண் கர்ப்பமாகிப் பிரசவிக்கும் விலங்கினங்கள் கடல் குதிரைகள் மற்றும் கடல் டிராகன்கள். பெண் கடல் குதிரைகள் தங்கள் முட்டைகளை ஆண் கடல் குதிரையின் அடைகாக்கும் பையில் வைக்கும். ஒரு மனிதனின் கர்ப்பத்தைப் போலவே ஆண் கடல் குதிரையின் வயிறு விரிவடையும். பிரசவத்தின் போது வயிறு திறக்கவும் உள்ளிருந்து இளம் கடல் குதிரைகள் வெளியே வரும்

3. ஒரு மந்திரவாதியின் அலுவலக அறை எப்படி இருக்கும்?

இரண்டு மாடிகள் கொண்ட பங்களா வீடு. கீழ்த்தளத்தில் ஒரு பெரிய கூடம், சமையல் அறை மற்றும் பூஜை அறை ஆகியவை இருந்தன. முதல் மாடியில் நான்கு அறைகள் இருந்தன. இரண்டாவது மாடியில் மட்டும் ஒரே ஒரு அறைதான். ஆனால் மிகப் பெரிய அறை.

"இந்த அறைதான் உங்க தாத்தாவோட அலுவலக அறை. மேஜிக் சம்பந்தமான ஆராய்ச்சி மற்றும் பயிற்சி எல்லாத்தையும் செய்யறது இங்கதான். அவர் புத்தகங்கள் படிக்கறதும் இங்கதான். இப்பவும் அதெல்லாம் பத்திரமா உள்ளே இருக்குது" என்றார் கணக்கு பிள்ளை.

"சாப்பிடற நேரம், தூங்கற நேரம் தவிர மற்ற எல்லா நேரங்கள்லயும் இந்த அறைக்குள்ள உக்காந்து ஏதாச்சும் ஆராய்ச்சி செய்துக்கிட்டோ இல்லாட்டி படிச்சுக்கிட்டோதான் இருப்பாரு."

தனா அந்தக் கதவைத் திறக்க போனான்.

"பூட்டியிருக்குது தம்பி. சாவி கீழ இருக்குது. நீங்க குளிச்சுச் சாப்பிட்ட பிறகு பொறுமையாப் பாக்கலாம்."

"ரெண்டு பேரும் கீழ வாங்க." அம்மாவின் சத்தம் கேட்டதும் அவர்களது அறையை நோக்கிச் சென்றார்கள் சிகிரியும் தனாவும்.

முதல் மாடியில் இடப்புறம் உள்ள இரண்டு அறைகளில் ஒன்றில் கனகசபை, அவர் மனைவி மற்றும் மகன் பாலு தங்கியிருந்தார்கள். மற்றொன்றில் சகாயம், அவர் மனைவி மற்றும் மகள் மேரி தங்கி இருந்தார்கள். வலப்புறம் உள்ள இரண்டு அறைகளில் ஒன்றில் பாட்டியும் மற்றொன்றில் அம்மாவுடன் சிகிரியும் தானாவும் தங்க ஏற்பாடு செய்திருந்தார்கள்.

எல்லோரும் குளித்து முடித்துச் சமையல் அறையில் இருந்த பெரிய வட்ட மேஜையில் சாப்பிட அமர்ந்தார்கள்.

"கனகசபை, உங்க மனைவி பிள்ளைகளையும் கூப்பி டுங்க. சகாயம், நீங்களும் கூப்பிடுங்க. எல்லாருமாச் சேந்து சாப்பிடலாம்" என்று பாட்டி சொன்னார்.

"இல்லம்மா, நீங்க சாப்பிடுங்க. நாங்க அப்புறமா சாப்பிடறோம்."

"ஏன்..? மணி பத்தாகப் போகுது. நீங்களும் சாப்பிடுங்க."

"குழந்தைங்க எங்க..? அவங்களாவது சாப்ட்டாங் களா..?"

"நீங்க சாப்பிடுங்க. அவங்க லீவு நாள்ல பத்து மணிக்கு மேலதான் சாப்டுவாங்க."

பாட்டிக்குப் புரிந்தது. முன்பு தாத்தாவும் பாட்டியும் மட்டும்தான் இந்த வீட்டில் இருந்தார்கள். கனகசபையும் சகாயமும் தோட்டத்தில் இருக்கும் வீடுகளில் குடியிருந்தார்கள். வீட்டில் சாப்பிட்டுவிட்டுத்தான் பங்களாவிற்கு வருவார்கள். முதலாளி குடும்பத்துடன் அமர்ந்து சாப்பிடும் பழக்கம் இல்லை.

முதலாளி குடும்பம் ஊரில் இல்லாத போது மேஜையில் அமர்ந்து சாப்பிடுவது தப்பாகத் தோன்றவில்லை. ஆனால் இப்போது அவர்களுடன் சேர்ந்து ஒரே மேஜையில் அமர்ந்து சாப்பிடுவது சரியாக இருக்காது என்று நினைத்து அப்புறம் சாப்பிடுவதாகக் கூறினார். ஆனால் பாட்டி விடவில்லை.

"நாங்க இங்க உரிமை கொண்டாடறத்துக்கு வரலை. நீங்க ரெண்டு பேரும் இல்லாட்டால இது எப்பவோ பாழுடைந்த பங்களாவா மாறிப் போயிருக்கும். வித்யாசம் பாக்க வேணாம். பசங்களைக் கூப்பிடுங்க."

"பாலு, மேரி கீழ எறங்கி வாங்க" பாட்டியே அழைத் தார். இருவரும் மெதுவாக இறங்கி வந்தார்கள்.

மீண்டும் பாட்டி வற்புறுத்தவும் எல்லோரும் ஒருவிதத் தயக்கத்துடன் அமர்ந்தார்கள். முதலில் கொஞ்ச நேரம் எதுவும் பேசாமல் சாப்பிட்டார்கள். பாட்டி பந்தா எதுவும் காட்டாமல் சாதாரணமாகப் பேசப்பேச எல்லோரும் சகஜமாகப் பேச ஆரம்பித்து விட்டார்கள். சாப்பிட்டு முடிக்கும் போது சிகரி, தனா, பாலு, மேரி நான்கு பேரும் நண்பர்களாகி விட்டார்கள்.

சிகரி, "தாத்தாவோட அறையைப் பாக்கணும் மாமா" என்று கேட்டாள். கனகசபை சாவியை அவளிடம் கொடுத்துவிட்டு, "நீ போய்ப் பாரும்மா. எனக்கு கொஞ்சம் வெளியில வேலை இருக்கு. ஆனா எதை எடுத்தாலும் எடுத்த எடத்திலேயே வச்சிடும்மா. தாத்தாவிற்கு எந்தப் பொருளும் இடம் மாறினாப் பிடிக்காது. அதனால சுத்தம் செய்யறப்பக்கூடக் கவனமாச் செய்வோம்." என்று கூறிவிட்டுச் சென்றார்.

பாலுவும் மேரியும் கூடவே போனார்கள். அவர்கள் பத்து வருடங்களாக இந்த வீட்டில் வாழ்ந்த போதும் இந்தவோர் அறைக்கு மட்டும் சென்றதில்லை.

மற்ற எல்லா அறைகளுக்கும் மரக்கதவுதான் இருந்தது. இந்த அறைக்கு மட்டும் இரும்புக் கதவு. பூட்டும் மிகவும் வித்தியாசமாக மீன் வடிவில் இருந்தது. திறந்து நான்கு பேரும் உள்ளே போனார்கள். அந்த அறை பிறை நிலா வடிவில் மிகப்பெரியதாக இருந்தது. மற்ற எல்லா அறைகளுக்கும் சந்தன நிறத்தில் பெயிண்ட் அடித்திருந்தார்கள். ஆனால் இந்த அறை நீலநிறத்தில் இருந்தது. உள்ளே இருந்த பொருட்கள் எல்லாமே வித்தியாசமான வடிவமைப்பில் இருந்தன. ஒரு பக்கம் அலைகள் வடிவில் புத்தக அலமாரி இருந்தது. தமிழ் ஆங்கிலம் மட்டுமல்லாது ஏதேதோ மொழிப் புத்தகங்கள் எல்லாம் இருந்தன.

சிகரிக்கு அந்த அறையைப் பார்த்தால் ஒரு புதிர் அறை (*puzzle room*) போல இருந்தது. இங்கே இருக்கும் புதிரை விடுவித்தால் ஏதாவது புதையல் கிடைக்கும் என்று தோன்றியது.

4 . உண்மையில் இது ஒரு புதிர் அறையா?

"இது ஒரு புதிர் அறையைப் போல இருக்கிறது" என்றாள் சிகரி.

"புதிர் அறையா..? அப்டின்னா என்ன..?"

"நான் ஒரு கதையில படிச்சிருக்கேன். புதிர் அறைங்கறது ஒரு மூடிய அறை. அறைக்குள்ள பலவிதமான புதிர்கள் இருக்கும். அந்த அறைக்குள்ள போறவங்க முதல்ல அந்தப் புதிர்கள் என்னங்கறதைக் கண்டுபிடிக்கணும். பிறகு அதற்கான விடையைப் கண்டுபிடித்து புதிரை விடுவிக்கணும். அப்படிக் கண்டுபிடிச்சுட்டா இறுதிப் புதிரை விடுவிக்கும் போது ஒரு பரிசு கிடைக்கும்."

"அப்போ... இங்க அதுமாதிரிப் பல புதிர்கள் இருக்கும்ன்னு நினைக்கறியா..?"

"ஆமா..."

சிகரி சொன்ன விஷயத்தை கேட்டு பாலுவிற்கும் மேரிக்கும் கொஞ்சம் பயமாகவும் கொஞ்சம்

ஆர்வமாகவும் இருந்தது. தனா இவர்கள் பேச்சில் கலந்து கொள்ளாமல் அங்கேயிருந்த மேஜை மீது உட்கார்ந்து அங்கிருந்த பேப்பரில் ஏதோ வரைய ஆரம்பித்தான்.

சிகரி, தாத்தாவின் மேஜிக் சம்பந்தப்பட்ட பொருட்கள் இருந்த இடத்தை நோக்கி நடந்தாள். முதலில் அவள் கண்ணில் பட்டது தாத்தாவின் மந்திரக்கோல். அந்த அறையைப் போலவே மந்திரக்கோலின் அமைப்பும் வித்தியாசமாகத்தான் இருந்தது. கைப்பிடிக்கும் இடம் கடல் சங்கு போன்ற அமைப்பில் இருந்தது. கோலின் உச்சியில் ஒரு தங்கநிற நட்சத்திர மீன் இருந்தது.

அந்த மந்திரகோலை எடுத்த சிகரி, தனாவின் பக்கம் திரும்பினாள். அவனைப் பார்த்து தாத்தா உபயோகிக்கும் மந்திர வார்த்தையைச் சொல்லிச் சுழற்றினாள்.

"ஆம்பஸ் தோம்பஸ் ஹிப்போகாம்பஸ்"

தனா திரும்பி, "அக்கா, இந்தப் பேப்பர் சரியில்லை. பல இடங்களில் எவ்வளவு அழுத்தினாலும் பென்சில் பதியவே இல்லை."

"அந்த பேப்பரைத் தூக்கிப் போட்டுட்டு வேற பேப்பரை எடுத்து வரை."

தனா அந்த மேஜையருகில் இருந்த அலமாரியில் கட்டுக்கட்டாக இருந்த பேப்பரில் இருந்து நாலைந்து பேப்பர்களை எடுத்துக் கொண்டு உட்கார்ந்தான்.

ஆனால் எல்லாப் பேப்பருமே அப்படித் தான் இருந்தது. சில இடங்களில் வரைய முடிந்தது. சில இடங்களில் முடியவில்லை. தனா மீண்டும், "அக்கா, எல்லாப் பேப்பரும் அப்படித்தான் இருக்கு. இங்க

வந்து பாரேன்" என்று கத்தவும் எல்லோரும் அவன் அருகில் வந்து பார்த்தார்கள்.

பல வருடங்களாக அலமாரிக்குள் இருந்ததால் மக்கி போயிருக்கும். அதனால் தனா வரைந்தது தெளிவாக தெரிந்திருக்காது என்றுதான் சிகரி முதலில் நினைத்தாள். ஆனால் பேப்பர் தூய வெள்ளை நிறத்தில் புதிய பேப்பர் போலத்தான் இருந்தது. அந்தப் பேப்பரின் ஓரத்தில் வரைந்தது எல்லாம் நன்றாக தெளிவாக தெரிந்தது. நடுவில்தான் சில இடங்களில் பென்சில் பதியவே இல்லை.

பாலுவுக்கு அவனது பள்ளி தோழன் சங்கர் ஒருமுறை கொடுத்த வித்தியாசமான வாழ்த்து அட்டையின் நியாபகம் வந்தது. எதுவுமே எழுதாமல் வெறும் வெள்ளை அட்டையாகக் கொடுத்தான் அவன்.

'என்னடா இது' என்று கேட்டதற்கு 'நான் இதில் எழுதி இருக்கிறேன். ஆனால் நீ அதை படிக்க வேண்டும் என்றால் வாட்டர்கலர் பெயிண்ட் வைத்து கலர் அடி. அப்போது நான் எழுதிய வாழ்த்து உன் கண்களுக்கு தெரியும்' என்றான்.

அவன் சொன்ன மாதிரிச் செய்து பார்த்தபோது அதில் 'பிறந்தநாள் வாழ்த்துகள் பாலு' என்று இருந்தது.

அந்தச் சம்பவத்தைப் பற்றிச் சிகரியிடமும் மேரியிடமும் சொன்னான். இருவரும் பரபரப்பானார்கள். இந்தப் பேப்பரிலும் அப்படி ஏதோ ஒரு ரகசிய செய்தி இருக்கலாம் என்று அவர்களுக்குத் தோன்றியது.

"பாலு, உங்கிட்ட வாட்டர்கலர் பெயிண்ட் இருந்தா எடுத்துட்டு வா. சீக்கிரம்."

"என்கிட்ட இல்லியே"

"எங்கிட்ட இருக்கு, நான் போய் எடுத்துட்டு வரேன்" என்று வேகமாய் ஓடினாள் மேரி.

"அது எப்படி வாட்டர்கலர் பெயிண்ட் அடித்ததால் மட்டும் எழுத்து தெரியும்..?" அந்தப் பேப்பரைத் தொட்டுக்கொண்டே சிகரி கேட்டாள்.

"வெள்ளைப் பேப்பர்ல நாம எழுத நினைக்கறதை வெள்ளை கிரேயான் (crayon) வைச்சு எழுதணும். இரண்டுமே வெள்ளை என்கிறதால வெளிய தெரியாது. இப்ப நாம அந்த பேப்பர்ல வாட்டர்கலர் அடிக்கும் போது கிரேயான் உள்ள எடத்துல மட்டும் வாட்டர் இறங்காது. மத்த எடத்துலல்லாம் கலர் அடிச்சுட்டோம்னா அந்த வெள்ளை எழுத்தில எழுதினது நமக்குத் தெளிவாத் தெரியும்."

பாலு சொல்லி முடிக்கும்போது மேரி வாட்டர் கலருடன் வந்து விட்டாள்.

சிகரி நீலநிற வாட்டர்கலரை எடுத்து அந்தப் பேப்பரில் அடித்தாள். தனாவிற்கு மற்ற மூவரும் என்ன பேசினார்கள் என்பது சரியாகப் புரியவில்லை. ஆனாலும் அவர்கள் செய்வதையே உற்று பார்த்துக் கொண்டிருந்தான்.

பாலு சொன்னது போலவே வண்ணம் அடிக்க அடிக்க எழுத்துக்கள் தெளிவாகத் தெரிய ஆரம்பித்தன. மூன்று பேரும் ஒரே நேரத்தில் வாசித்தார்கள்.

"நெய்தல்."

5. அலை அலமாரி

"நெய்தல்ன்னா நம்மளோட தமிழ்ப் பாடத்துல 'கடலும் கடல் சார்ந்த இடமும்' அப்டின்னு வருமே.... அதுவா..?" மேரி கேட்டாள்.

"ஆமா. கரெக்ட்.... கடலும் கடல் சார்ந்த இடமும்"

"பாருங்க, இந்த அறைக்கு மட்டும் கடல் நீலத்தில வண்ணம் பூசியிருக்காங்க. தாத்தாவின் மந்திரக்கோலிலும் கடல் சங்கு, நட்சத்திர மீன் அப்டின்னு கடல் சம்பந்தமாத்தான் இருக்கு."

"மத்த பேப்பர்லல்லாம் என்ன எழுதியிருக்கும்.? வேற ஏதாச்சும் தகவல் இருக்குதான்னு பார்க்கலாம். வாங்க."

சிகரி சொல்லவும், ஆளுக்கொரு பேப்பரை எடுத்து வாட்டர்பெயிண்ட் அடிக்க ஆரம்பித்தார்கள். தனாவும் ஒரு பேப்பரில் வண்ணம் தீட்ட ஆரம்பித்தான்.

ஆனால் எல்லாப் பேப்பரிலும் 'நெய்தல்' என்று மட்டும்தான் இருந்தது.

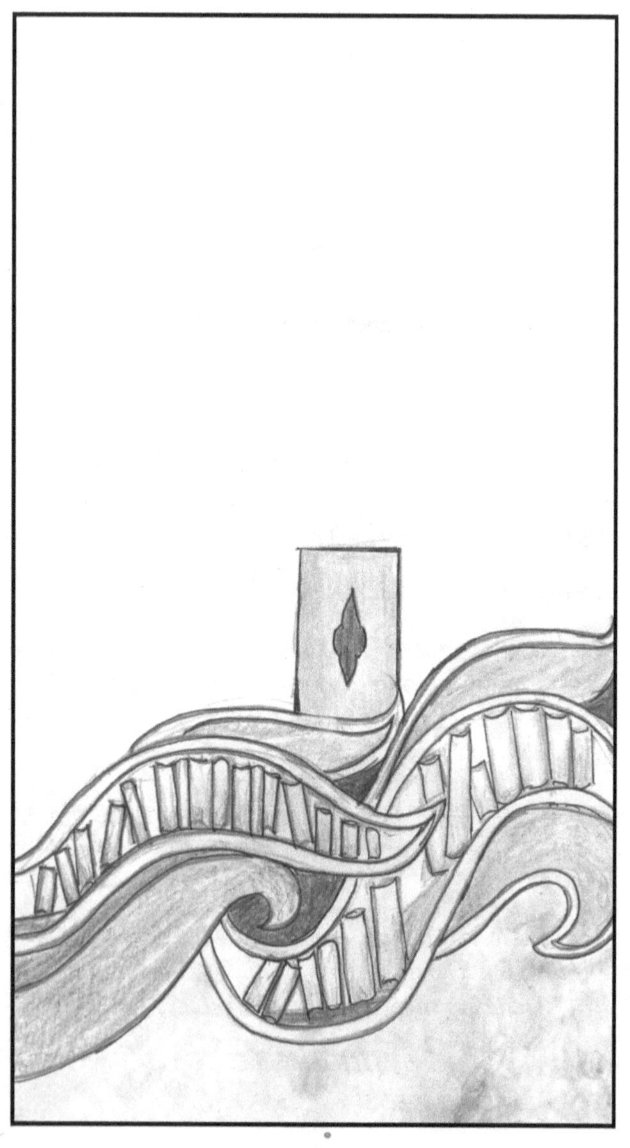

"நெய்தல் என்ற வார்த்தைதான் புதிருக்கான குறிப்பா..?"

"இருக்கலாம் பாலு."

"அப்படி இல்லாமலும் இருக்கலாமே" என்று மேரி சொன்னாள்.

சிகரிக்கு நம்பிக்கை இருந்தது. தாத்தா ஏதோ ஒரு விசித்திரமான விளையாட்டு விளையாட நினைத்துத்தான் இந்த அறையை வடிவமைத்திருக்கிறார் என்று நம்பினாள்.

சுற்றிச் சுற்றிப் பார்த்தாள். புத்தக அலமாரி கண்ணில் பட்டது. அந்த அலமாரி அலை வடிவத்தில் தான் இருந்தது. அலமாரிக்கு அருகில் சென்று அதில் இருந்த புத்தகங்களை எடுக்கக் கை நீட்டியபோது பாலு, "வேண்டாம்" என்று கத்தினான்.

சிகரி திரும்பி, "என்ன?" என்று கேட்டாள்.

"இந்த அறையில எந்தப் பொருளையும் எடுக்கவோ அல்லது இடம் மாற்றவோ கூடாது என்பதுதான் உங்க தாத்தாவின் கட்டளைகளில் மிக முக்கியமானது என்று என் அப்பா அடிக்கடி சொல்லுவார்."

"அறையை சுத்தம் செய்யும் போதுகூட பக்கத்துலயே இருந்து பாத்துட்டிருப்பார். எங்களையும் உள்ளே எட்டிப் பாக்கக்கூட விடமாட்டார்."

"ஆமா, நாங்க இங்க வந்தது தெரிஞ்சாலே எங்கப்பா திட்டுவார். ஏதாவது பொருள் இடம் மாறிடுச்சுன்னா நிச்சயமாக எங்களுக்கு அடி விழும். வேண்டாம் சிகரி... நாம வெளிய போயிடுவோம்." மேரியும் பதறினாள்.

"தாத்தா ஏதோ காரணத்திற்காக எந்தப் பொருளையும் தொடக்கூடாது என்று சொல்லி இருக்கலாம் இல்லையா..? நிச்சயம் இது புதிர் அறை தான்."

சிகரி உறுதியாகக் கூறினாள்.

தொடர்ந்து, "நாம இப்போ இதை யாருகிட்டயும் சொல்ல வேண்டாம். நாம ரகசியமாத் தேடுவோம். ஏதாவது கண்டுபிடிச்சுட்டா மட்டும் வீட்ல எல்லார்ட்டயும் சொல்லலாம்' என்றாள்.

"சரி, 'நெய்தல்' என்ற வார்த்தை மட்டும்தான் கிடைச்சிருக்கு. அத வெச்சு என்னத்தக் கண்டுபிடிக்க முடியும்..?"

"பாலு, இங்க பாரு. இந்தப் புத்தக அலமாரியே அலை வடிவத்தில தான் இருக்கு. இதுல ஏதாச்சும் தகவல் இருக்கலாம்."

"அப்படியே இருந்தாலும் எத்தனை புத்தகங்கள் இருக்கு இங்க.? அதுல எப்படித் தேடறது..? தமிழ், ஆங்கிலம் மட்டுமல்லாம வேற மொழிப் புத்தகங்கள்கூட இருக்கே.... உங்க தாத்தாவுக்கு எட்டு மொழி தெரியும்ன்னு எங்கப்பா அடிக்கடி சொல்லுவார். நமக்கு இதையெல்லாம் வாசிக்கத் தெரியாதே." மேரியும் புலம்பினாள்.

சிகரியிடம் இதற்கான பதில் இல்லை. ஆனால் கண்டிப்பாகக் கண்டுபிடிக்க முடியும் என்று அவளது உள்ளுணர்வு சொல்லியது. புத்தக அலமாரியைச் சுற்றிச் சுற்றி வந்தாள்.

அலை போன்ற வடிவமைப்பில் ஆறு பகுதிகளைக் கொண்ட அலமாரி. கூர்ந்து கவனித்த போது நடுவில் இருக்கும் இரண்டு பகுதிகளில் இருந்த புத்தகங்கள்

எல்லாமே கடல் சம்பந்தப்பட்ட புத்தகங்களாக இருந்தது. பாலுவையும் மேரியையும் கூப்பிட்டுக் காண்பித்தாள்.

அந்த இரண்டு பகுதிகளுக்கும் இடையில் ஒரு சிறிய சாவி போன்ற துவாரம் இருந்தது. ஆனால் சாவி வடிவமைப்பு இல்லை. மிக வித்தியாசமாக நட்சத்திரத்தின் பக்கவாட்டுத் தோற்றம் போல இருந்தது.

அதை பார்த்த சிகரிக்கு தாத்தாவின் மந்திரக் கோலில் இருந்த நட்சத்திர மீன் நினைவுக்கு வந்தது. 'ஒருவேளை அது இதனுடைய சாவியாக இருக்குமோ' என்று தோன்றவும், ஓடிப்போய் அதை எடுத்து வந்தாள்.

அந்த நட்சத்திர மீனை அந்தத் துவாரத்தில் நுழைத்தாள். அது சரியாகப் பொருந்தியது. ஒருவிதப் படபடப்புடன் மந்திரக் கோலின் சங்கு வடிவக் கைப்பிடியை அழுத்தி, சாவியைத் திருப்புவது போலத் திருப்பினாள்.

ஒருவித சப்தத்துடன் திறந்து கொண்டது. நான்கு பேருமாக அலமாரியை லேசாகத் தள்ளவும் கதவுபோல் அது திறந்து கொண்டது.

6. வண்டா அல்லது மீனா..?

ஏதோவொரு ரகசியம் இந்த அறையில் இருக்கிறது என்று உறுதியாக நம்பிய சிகரியும்கூட ஒரு ரகசிய அறையை எதிர்பார்க்கவில்லை. அது ஒரு குகையைப் போல இருந்தது. உள்ளே என்னென்ன இருக்கின்றன என்பது கண்களுக்கு தெரியவில்லை.

"நாம இதுக்குள்ள போய்ப் பார்க்கணும்ன்னா, நமக்கு ஒரு டார்ச் தேவை."

"நான் பேப்பர் எடுக்கும் போது அந்த அலமாரியில் ஒரு டார்ச்சைப் பார்த்தேன்." என்று தனா சொல்லவும், பாலு போய் அதைத் தேடி எடுத்து வந்தான். ஆனால் அது வேலை செய்யவில்லை.

"இந்த அறைக்கு வெளியில மாடத்தில ஒரு விளக்கு இருக்கும். நான் போய் அதை எடுத்துட்டு வரேன்" என்ற மேரி, அதை எடுத்து வந்தாள்.

விளக்கு வெளிச்சத்தில் பார்த்தபோது அது ஒரு மிகச் சிறிய அறை. அதில் ஒரு பொருளும் இல்லை. வலப்புறத்தில் மரத்தால் ஆன பெரிய வண்டு போன்ற ஒரு உருவம் சுவற்றில் பதித்திருந்தது. இடப்புறம் ஒரு கதவு இருந்தது.

அந்தக் கதவுக்குத் தாழ்ப்பாள் எதுவும் இல்லை. சாவித் துவாரமும் இல்லை. கதவை நான்கு பேரும் சேர்ந்து தள்ளிப் பார்த்தார்கள். ஆனால் திறக்க முடியவில்லை.

அந்த வண்டை அசைத்தால் ஒருவேளை இந்த கதவு திறக்குமோ என்று சிகரிக்குத் தோன்றியது. தன் எண்ணத்தை நண்பர்களிடம் சொன்னாள். அனைவருக்கும் அதன் அருகில் சென்று கூர்ந்து பார்த்தார்கள்.

"இது வண்டு இல்ல. இங்க பாருங்க... அதன் முதுகுப் பகுதி ஒரு ஷ௦ வடிவத்தில் இருக்கிறது." மேரி சுட்டிக்காட்டிய பிறகுதான் மற்றவர்களும் அதைக் கவனித்தார்கள்.

"இது கடல்ல இருக்கற மீன்கள்ல ஒரு வகைதான். நான் ஒரு வாட்டி டீவியில பார்த்திருக்கேன். இது தலைகீழாத் திரும்பி கை, கால்களை மேல் பக்கமா வெச்சுக்கிட்டு வித்தியாசமாத்தான் நீந்தும். இதோட பேர் என்னமோ சொன்னாங்க. எனக்கு நினைவு வரலையே இப்ப..." பாலு சொன்னான்.

"நாம உள்ளே போய் தாத்தா அடுக்கி வைத்திருக்கும் புத்தகங்கள்ல தேடிப் பாப்போமா? இந்த மீனைப் பத்தின குறிப்பு ஏதாச்சும் இருக்கலாம்."

எல்லோருக்கும் சிகரியின் இந்த யோசனை சரியென்று பட்டதால் அவர்கள் எல்லோரும் திரும்பிப் புத்தக அலமாரியை நோக்கிப் போனார்கள். ஆளுக்கு ஒரு புத்தகத்தை எடுத்துப் புரட்டிப் பார்த்தார்கள்.

"இங்கே பாருங்க, இந்த புத்தகத்தோட அட்டைப்படம் அந்த வண்டு மாதிரியே இருக்குது."

"அது வண்டு இல்ல... அது ஒரு வகை மீன். எனக்குப் பேருதான் சட்னு நினைவுக்கு வரமாட்டேங்குது."

"அந்தப் புத்தகத்துல நல்லாத் தேடிப் பாரு மேரி. நிச்சயம் அந்த மீனைப் பத்தின தகவல் ஏதாவது இருக்கும்."

சிகரி கூறிக் கொண்டிருந்த போது கீழேயிருந்து யாரோ "மேரி" என்று அழைப்பது போலக் கேட்டது. பாலு வெளியே சென்று பார்த்தான்.

மேரியின் அம்மா தான் எல்லோரையும் மாம்பழம் சாப்பிட வரச் சொன்னார். அந்தப் புத்தகத்தை அலமாரியில் வைத்துவிட்டு, குகைக் கதவைப் பூட்டாமல் கீழே இறங்கி வந்தார்கள்.

தனா அலமாரியைத் திறந்தது, குகைக்குள் சென்றது பற்றியெல்லாம் யாரிடமும் சொல்லி விடக்கூடாதே என்றுதான் கவலையாக இருந்தது. நல்ல வேளை... அவன் எதுவும் பேசாமல் மாம்பழத்தை ருசித்துச் சாப்பிட ஆரம்பித்து விட்டான்.

அருகில் இருந்த பாட்டியைப் பார்த்து சிகரி "உண்மையில் ஆம்பஸ் தோம்பஸ் ஹிப்போகாம்பஸ் அப்டிங்கறது மந்திர வார்த்தையா..? மந்திரக் கோலை வெச்சுக்கிட்டு யார் அதச் சொன்னாலும் தேவைப்படற சக்தி கிடைக்குமா...?" என்று கேட்டாள்.

"நானும் பலதடவை இதே கேள்விய உன்னோட தாத்தாகிட்ட கேட்டிருக்கிறேன். அவர் பதில் சொல்லாமல் ஒரு புன்னகையோட கடந்து போய்டு வார். சரி... அந்த வார்த்தைக்கு ஏதாவது அர்த்தம் இருக்கான்னு என்று ஒரே ஒரு நாள் கேட்டேன்."

"அதுக்கு மட்டும் 'ஹிப்போகாம்பஸ்' என்றால் 'கடல் குதிரை' என்று அர்த்தம்" என்றார்.

"தாத்தா செய்யும் வித்தைகள்ல மிகப் பிரபலமானது மந்திரத்தின் மூலம் கடல் குதிரையை வரவழைப்பதுதான்."

"சிகரியோட தாத்தா எப்படி கடல் குதிரையை வரவழைப்பார்..? இங்க அருவிதான் இருக்கிறது. கடல் இல்லையே..?" மேரி ஆச்சர்யத்துடன் கேட்டாள்.

"பொதுவாக கடல் கிட்டக்க நாம இருந்தாக்கூட கடல் குதிரைய சாதாரணமாப் பாக்க முடியாது. அதுவும் அவர் ஒரு கண்ணாடிப் பெட்டியில கடல்ல காணப்படற கடற்பாசிகளை வெச்சிருப்பார். அதை எடுத்து மேஜை மேல வெச்சு எல்லோரையும் நல்லாப் பாக்கச் சொல்லுவார். சிலபேர் மேடை மேல ஏறி அந்தப் பெட்டிக்குப் பக்கத்துலயே வந்துகூட பார்ப்பாங்க."

"கடற்பாசி மட்டும்தான் இருக்கும். அதுக்கப்பறம் உங்க தாத்தா அந்தப் பெட்டிக்கு மேல ஒரு நீலநிறத் துணியப் போட்டு மூடி, மந்திரக் கோலைப் பெட்டியை நோக்கிச் சுழற்றிக்கிட்டே 'ஆம்பஸ் தோம்பஸ்   ஹிப்போகாம்பஸ்'   அப்டின்னு சொல்லுவர். இதற்கு அதிகபட்சம் மூணு செகண்ட்ஸ் எடுக்கும். பிறகு சட்டுன்னு அந்தத் துணியை விலக்குவார். அப்பப் பாத்தா, அந்தப் பெட்டியில் கடல் பாசி இருக்காது. நாலு இல்லன்னா அஞ்சு கடல் குதிரைகள் மட்டும்தான் இருக்கும்."

பாட்டி   சொல்லச்   சொல்ல   எல்லோருமே ஆச்சரியத்துடன் கேட்டுக் கொண்டிருந்தனர்.

கடல் டிராகன்களின் முழு உடலும் இலை வடிவில் இருக்கும். கடற்பாசி போலவே இருக்கும். கடல் டிராகன்களால் மெதுவாகத் தான் நீந்த முடியும். அவைகளால் தங்களை வேட்டையாட வரும் பெரிய மீன்களை எதிர்த்துப் போராட முடியாது. பாசி, மற்றும் கடற்பாசி ஆகியவற்றுடன் கலக்கும் வகையில் தங்கள் நிறங்களை மாற்றுவதன் மூலம் அவை தங்களைப் பாதுகாத்துக் கொள்ளும்.

7. நான் தலைகீழாகத்தான்
நீந்தப் போகிறேன்!

மாம்பழம் சாப்பிட்டு முடித்ததும் நாங்கள் எல்லோரும் சேர்ந்து விளையாடப் போகிறோம் என்று சொல்லிவிட்டுத் தாத்தாவின் அறைக்கு வந்து விட்டார்கள்.

மீண்டும் அந்தப் புத்தகத்தை எடுத்து அதில் அந்த மீனைப் பற்றி ஏதாவது தகவல் இருக்கிறதா என்று பார்த்தார்கள். நூற்றி முப்பத்திரண்டாவது பக்கத்தில் அதேபோன்ற ஒரு படமும் அதைப் பற்றிய விவரங்களும் இருந்தது. அதன் பெயர் குதிரைலாட நண்டு *(Horseshoe crab).*

"அது மீனும் இல்ல, வண்டும் இல்ல... அது ஒரு நண்டு! குதிரை லாடம் மாதிரி உடம்பு இருக்கறதால குதிரைலாட நண்டுன்னு எழுதியிருக்குது." என்று மேரி சொன்னதைக் கேட்டு பாலுவும் சிகரியும் அந்தப் பக்கத்தை முழுவதும் வாசித்துப் பார்த்தார்கள்.

"இங்கே பாருங்க... அந்த நண்டுனால நேரா நீந்த முடியாதாம். தலைகீழாத் திரும்பித்தான் நீந்துமாம். அதாவது, இந்த லாடம்ங்கற முதுகுப் பகுதி கீழ இருக்கும். அதன் பத்துக் கால்களும் மேல்நோக்கி இருக்கும்ன்னு இதுல எழுதியிருக்கு."

"தலைகீழா நீச்சலடிக்குமா..? அதென்ன பெரிய விஷயமா..? நான் கூடத்தான் நம்ம ஆத்துல மல்லாந்த பாணியில நீச்சலடிப்பேன்." பாலு அலட்சியமாகப் பேசினான்.

"இப்ப என்ன... நீ திறமைசாலியா, இல்லை இந்த குதிரைலாட நண்டு திறமைசாலியான்னுட்டுப் போட்டியா நடந்தப் போறோம்..? அதுகூட போய்ப் போட்டி போடற..?" மேரி எரிச்சல்பட்டாள்.

"ஆமா, இப்போ அந்தக் கதவைத் திறக்க ஏதாவது ரகசியக் குறிப்பு இருக்குதான்னுட்டுப் பாருங்க. அத விட்டுட்டு நீங்க ரெண்டு பேரும் தேவையில்லாத விஷயங்களைப் பத்திப் பேசிக்கிட்டு இருக்கீங்க."

"ஆனா, இதுல அந்த நண்டைப் பத்திப் போட்டிருக்கிற தகவல் வேற ஒண்ணுமே இல்லியே..?"

"அந்த நண்டு தலைகீழாத்தானே நீந்தும்..? ஒருவேளை நாம இந்தப் பொம்மை நண்டைத் தலைகீழாகத் திருப்பினால் கதவு திறக்குமோ..?" பாலு அப்படிக் கேட்டதும் எல்லோருக்கும் அப்படித்தான் இருக்கும் என்று தோன்றியது.

புத்தகத்தை வைத்து விட்டு எல்லோரும் அந்தக் குகைக்குள் சென்றார்கள். கீழே மாம்பழம் சாப்பிடச் சென்று வந்தபோது அவர்கள் மூன்று டார்ச் லைட்களையும் உடன் எடுத்து வந்திருந்தார்கள். அதனால் இப்போது நன்றாக வெளிச்சம் தெரிந்தது.

மூன்று பேரும் அந்த நண்டைத் திருப்புவதற்கு பலவிதமான முயற்சிகள் செய்தார்கள். ஆனால் அது சுவரில் நன்றாகப் பதிந்து இருந்தது. கொஞ்சங்கூட நகரவே இல்லை.

தனா, "நானும் தள்ளுறேன்" என்று முன்வந்தான்.

"வேண்டாம். நீ டார்ச்சை மட்டும் ஒழுங்காப் பிடி. அது போதும்." என்று சிகரி சொல்லியும் கேட்காமல் வந்து தள்ளினான்.

நண்டு நகரவில்லை. ஆனால் தனா கைவைத்த இடத்தில் நண்டின் கண் இருந்திருக்கிறது. அவன் கை வைத்தவுடன் இமை விரிந்து கண் நன்றாகத் தெரிந்தது. இமை விரிந்த அதே நேரம் எதிரில் இருந்த கதவும் ஒரு விரல் அளவுக்குத் திறந்து கொண்டது.

எல்லோருக்கும் ஒரே ஆச்சரியம்! என்ன நடந்தது, எப்படித் திறந்தது என்று புரியவில்லை. ஆனால் முழுமையாகக் கதவு திறக்கவில்லை. திறந்த அந்தத் துவாரம் வழியாகப் பார்த்த போது அடுத்து ஓர் அறை இருப்பது தெரிந்தது.

"என்ன பண்ணுன தனா..?"

"நான் ஒண்ணும் பண்ணல. இங்க கைய வெச்சேன். இந்தக் கண்ணு திறந்தது. அந்தக் கதவும் திறந்தது. அவ்வளவுதான்."

"ஆனா ஏன் கதவு நல்லாத் திறக்கல..?"

"சிகரி, இந்தக் குதிரைலாட நண்டுக்கு ஒன்பது கண்ணு இருக்கும் என்று அந்தப் புத்தகத்தில் போட்டிருந்தது. ஒருவேளை நாம அந்த ஒன்பது கண்ணையும் திறந்தா இந்தக் கதவு முழுசாத் திறக்குமோ..?"

"மேரி, நீ சொல்றது சரிதான். ஆனா இதோட மத்த கண்ணெல்லாம் எங்க இருக்கும்னு தெரியலையே..? நாம எங்கேன்னு தேடறது..?"

"தேடவேண்டாம். அந்தப் புத்தகத்துல ஒரு படம் இருந்துச்சு. அதில இந்த நண்டுக்கு எங்கேயெல்லாம் கண்ணு இருக்குன்னு தெளிவாப் போட்டிருந்துச்சு. நான் போயிப் புத்தகத்தை எடுத்துட்டு வரேன்." என்று கூறிய பாலு அந்தப் புத்தகத்தில் அவன் கூறிப்பிட்ட பக்கத்தை டார்ச் வெளிச்சத்தில் காட்டினான்.

அதை பார்த்த சிகரியும் மேரியும் ஒவ்வொரு கண்ணாகத் திறந்தார்கள். அவர்கள் கண்ணைத் திறக்கத் திறக்க எதிரில் இருந்த கதவும் திறந்தது.

இப்போது ஓர் ஆள் நுழைகிற அளவுக்குத் திறந்து விட்டது. அதன் வழியே நான்கு பேரும் அடுத்த அறைக்குள் நுழைந்தார்கள்.

குதிரைலாட நண்டுக்கு இரண்டு பெரிய கூட்டுக் கண்களும் (Compound Eyes), ஏழு சிறிய கண்களும் உண்டு. அவற்றின் நேரிய, நீண்ட, வன்மையான வால், அவை தலைகீழாகத் திருப் பப்படும் சந்தர்ப்பங்களில் மீண்டும் தம்மை மேற்புறமாகத் திருப்பிக்கொள்ள உதவும்.

8. பாதாளப் படிக்கட்டு

அடுத்து இருந்ததும் குகை போன்ற ஒரு அறைதான். மிகச்சிறிய அறை. அதிலிருந்து கீழே செல்லப் படிக்கட்டுகள் இருந்தன. சிகரி ஒரு கையால் தனாவைப் பிடித்துக்கொண்டு மறுகையால் டார்ச்சைப் பிடித்துக்கொண்டு நடந்தாள். அவளுக்கு அடுத்து பாலுவும், அதற்கடுத்து மேரியும் படிகளில் இறங்கி வந்தார்கள்.

'இந்தப் படிக்கட்டுகளுக்கு முடிவே இல்லையா?' என்று நினைக்கும் அளவிற்கு அத்தனை படிகள் இருந்தன.

"என்ன சிகரி, இத்தனை படிக்கட்டுகள் இருக்குது..? கீழ எதுவும் இல்லன்னா என்ன செய்யறது..?"

"பாலு, இது ஏதோ சுரங்கப் பாதைக்கு போற மாதிரி இருக்குது. நாம ரெண்டாவது மாடியில இருந்தோம். சுரங்கப்பாதை தரைக்குக் கீழதானே அமைக்க முடியும்..? அப்போ, இத்தனை படிகள் வரத்தானே செய்யும்..? நல்லாக் கவனி... இன்னும் பத்தே பத்துப் படிகள்தான் இருக்கு." என்று கூறினாள்.

சுரங்கப்பாதையின் தரைத்தளம் வந்து விட்டது. ஆனால் அங்கே ஒரு பொருளும் இல்லை. எதற்கும் இருக்கட்டும் என்று பாலு மந்திரக் கோலையும் மேரி அந்தப் புத்தகத்தையும் எடுத்து வந்திருந்தார்கள். டார்ச் லைட் அடித்து ஒவ்வொரு இடமாக ஆராய்ந்தார்கள். ஒரு சந்து தெரிந்தது. அதன் உள்ளே சென்றால் ஒரு நீளமான நடைபாதை தெரிந்தது. அந்த நடைபாதை எங்கே அவர்களைக் கொண்டு செல்லப் போகிறது என்று தெரியாதபோதும் தொடர்ந்து அதன் வழியே நடந்து சென்றார்கள்.

இவர்கள் இறங்கி வந்த படிக்கட்டு போலவே வேறொரு படிக்கட்டு இருந்தது.

அதைப் பார்த்த பாலு, "ஐயய்யோ... இப்போ மறுபடியும் அத்தனை படிகள் மேல ஏறணுமா..?" என்று கவலைப்பட்டான்.

"இல்ல, நல்லா டார்ச் அடிச்சுப் பாரு. கொஞ்சம் படிகள்தான் இருக்குது. வாங்க, போகலாம்" என்று சொல்லிக்கொண்டே சிகரி மேலே ஏற ஆரம்பித்தாள்.

கொஞ்சம் களைப்பாக இருந்த போதும்கூட அங்கே என்ன இருக்கும் என்று பார்க்க ஆர்வமாகவும் இருந்ததால் பாலுவும் அவர்களைத் தொடர்ந்து சென்றான்.

அந்த இடம் முழுவதும் மணற்பரப்பாக இருந்தது. அதன் மீது நடந்தால் அது கடற்கரையில் நடப்பது போலவே இருந்தது. சில இடங்களில் கடல் சிப்பிகள் கூட இருந்தன.

"சிகரி, உங்க தாத்தா கடலையே கொண்டு வந்து இந்த குகைக்குள்ள அடைச்சு வச்சிருக்காருன்னு நினைக்கிறேன். கடல்ல இருக்கற சுரா மீனையும

புடிச்சி வச்சிருக்கப் போறாரு. அப்டி இருந்துச்சுன்னா அது பல வருஷங்களாப் பட்டினியில இருக்கும். அதுக்கு நாமதான் இரைன்னு நினைக்கிறேன்."

"சும்மாத் தேவையில்லாம பயமுறுத்தாத பாலு. நீ அவன் பேச்சக் கேக்காதே சிகரி. நாம இங்க என்ன இருக்குன்னு பாத்துடலாம், வா..." என்ற மேரி அந்த இடம் முழுக்க நன்றாகச் சுற்றிப் பார்த்தாள்.

மணல் தவிர எதுவுமே அங்கே இல்லை. ஆனால் இந்த இடத்தில் மட்டும் டார்ச் வெளிச்சம் தேவைப்படவில்லை. இந்த குகைப் பகுதியில் இருந்த பாறைகள் சில இடங்களில் குடையப்பட்டு இருந்தன. அந்தத் துவாரங்களின் வழியாகச் சூரிய வெளிச்சம் வந்துகொண்டிருந்தது.

"வெறும் மணல் மட்டும்தான் இருக்குது. இதில என்னத்த நீங்க கண்டுபிடிக்கப் போறீங்க..?" என்று பாலு கேட்டது இருவரையும் யோசிக்க வைத்தது. அந்த யோசனையோடு மணலை உற்றுப் பார்த்தாள் சிகரி. அப்போது தான் அந்த மணலில் ஒரு வித்தியாசம் இருப்பது கண்ணுக்குத் தெரிந்தது.

அங்கே இருந்த மணல் சாம்பல் நிறத்தில் இருந்தது. பாறாங்கற்களைப் பொடித்து மணலாக்கி இங்கே கொண்டு வந்து கொட்டி வைத்தது போல இருந்தது.

அந்த மணலை வைத்து வீடு கட்டி விளையாடிக் கொண்டிருந்த தனா திடீரென்று, "அக்கா, இங்க பாரு... ஒரு பந்து இருக்கு. ஆனா, அதை எடுக்க முடியல" என்றான்.

மற்ற மூவரும் அவன் சொன்ன இடத்தில் பார்த்தார்கள்.

சிகரி அதன் மீது நன்றாக டார்ச் அடித்துப் பார்த்தாள். அது பந்து இல்லை. அது ஒரு கண் மாதிரி இருந்தது. டார்ச் வெளிச்சத்தில் கருவிழி நன்றாகத் தெரிந்தது.

"இது நிஜக் கண்ணா..? இல்ல... அங்க இருந்தது மாதிரி பொம்மைக் கண்ணா..?"

"கண்டிப்பா பொம்மைக் கண்ணுதான். ஆனா ஏன் ஒரு கண்ணு மட்டும் இருக்கு. இன்னொரு கண்ணு எங்க...?"

"நமக்கு முன்னால இங்கவந்த யாராவது பந்துன்னு நினைச்சு எடுத்துட்டுப் போயிருப்பாங்களோ..?"

பாலு பேசியதை சிகரியும் மேரியும் கவனிக்கவே இல்லை. இரண்டு பேரும் அந்த மணலில் டார்ச் அடித்து வேறு ஏதாவது தெரிகிறதா என்று தேடிக் கொண்டு இருந்தார்கள்.

"மேரி, இங்க பாரு... அது மாதிரியே இங்கேயும் இன்னொரு கண்ணு இருக்குது."

"சிகரி, இந்த இடத்த மட்டும் நல்லாப் பாரேன்... இது மணல் நிறத்துல இருந்தாலும் இதுல மீன் வடிவம் தெரியுது."

நன்றாக உற்றுப் பார்த்தால் மீன் தெரிந்தது. அந்த மீனின் தலைப் பகுதியில் ஒரு கண்ணும் வால் பகுதியில் ஒரு கண்ணும் இருந்தன.

"இப்போ, தலைல ஒரு கண்ணும் வால்ல ஒரு கண்ணும் இருக்குற மீன் எதுன்னு கண்டுபிடிக் கணுமா..? போச்சுடா..." பாலு சலித்துக் கொண்டான்.

"மேரி, நல்லவேளை அந்த புத்தகத்த எடுத்துட்டு வந்தோம்." என்று கூறிக்கொண்டே புத்தகத்தில் தேட ஆரம்பித்தாள் சிகரி.

'மணல் நிறத்தில் இப்படி மணலோடு மணலாக கலந்து வாழும் மீனின் பெயர் தட்டை மீன் (Flat fish). அந்தத் தட்டை மீன்களில் பலவகை உண்டு. அந்த பல வகையில் சோல் (Sole) என்று ஒரு வகையும் இருக்கிறது. அந்த சோல் மீன்கள் பிறக்கும் போது ஒரு கண் தலையிலும் ஒரு கண் வால் பகுதிக்கு அருகிலும் இருக்குமாம். சில நாட்கள் கழித்து அந்தக் கண் நகர்ந்து தலைப் பகுதிக்கு வந்து விடுமாம்.'

இதை வாசித்தபிறகு இருவருக்கும் என்ன செய்ய வேண்டும் என்று புரிந்து விட்டது. சிகரி சென்று வால் பகுதியில் இருந்த கண்ணை நகர்த்தி, தலைப் பகுதிக்குக் கொண்டு வந்தாள். உடனே அடுத்த அறைக்கான வாசல் திறந்தது.

பெரும்பாலான பிளாட்ஃபிஷ்ஷினுடய இடது கண் தலையின் வலது பக்கமாக நகரும் தன்மை கொண்டது. அப்படி நகரும் போது முழு மண்டை ஓடும் ஒருபுறத்தில் இருந்து மறுபுறம் மாறும். கடலின் அடிவாரத்தில் பக்கவாட்டில் படுத்துக் கொண்டு இரு கண்களையும் பயன்படுத்திப் பார்க்க வேண்டும் என்றால் அந்த மீன் தன் இடது கண்ணை வலப்புறம் நகர்த்திக் கொள்ளும்.

9. புதையல் கிடைத்தது

அடுத்ததாக இருந்ததும் ஒரு பெரிய அறைதான். அந்த அறையில் நடுநாயகமாக ஒரு பெரிய ஆக்டோபஸ் (octopus) இருந்தது. அதை மரத்தில் செய்திருந்தார்கள். நல்ல பெரிய பானையைப் போன்ற தலை, மிக நீளமான எட்டுக் கைகள் என்று பிரம்மாண்டமாக இருந்தது. கடலில் இருந்து ஒரு ஆக்டோபஸ் வந்து அங்கே உட்கார்ந்திருப்பது போலவே இருந்தது.

"எனக்கு இப்போ என்ன பண்ணணும்ன்னு தெரியும். இந்த எட்டுக் கைகளையும் ஒவ்வொண்ணாக் கழட்டினா அடுத்த கதவு திறக்கும். அவ்வளவுதான். இப்டி இன்னும் எத்தனை அறையைக் கட்டி வெச்சிருக்காரோ உங்க தாத்தா..?" என்று சொல்லிக்கொண்டே ஆக்டோபஸ்ஸின் கைகளைக் கழற்ற ஆரம்பித்தான் பாலு.

ஆக்டோபஸ்ஸின் கைகளும் மிகச் சுலபமாகக் கழன்று வந்து விட்டன. ஆனால், அப்படிச் செய்ததால் எந்தக் கதவும் திறக்கவில்லை. கைகள் இல்லாமல் வெறும் ஆக்டோபஸ் பார்க்க மிகப் பரிதாபமாக இருந்தது.

"எல்லாம் தெரிஞ்சவன் மாதிரிக் கடகடன்னு கையல்லாம் கழட்டுன..? எந்தக் கதவும் திறக்கவே இல்லியே..?" என்று நக்கலாகக் கேட்டாள் மேரி.

"சரி, விடு மேரி.. நாம இப்ப எப்படி இங்கருந்து வெளியே போகறதுங்கறதைப் பாக்கலாம்."

சிகரியும் மேரியும் அந்த அறையை டார்ச் லைட்டை வைத்துக் கொண்டு ஆராய்ந்தார்கள். ஒரு சிறு இடத்தைக்கூட விடாமல் பார்த்தார்கள். பாலுவுக்கு மேரி தன்னைக் கிண்டல் செய்தது பிடிக்கவில்லை. எப்படியாவது அவர்களுக்கு முன்பாக அவன் கண்டுபிடித்து விடவேண்டும் என்று நினைத்துப் புத்தகத்தைப் புரட்டிப் பார்த்தான்.

'ஆக்டோபஸிற்கு எட்டுக் கால்கள் என்பது எல்லோரும் அறிந்த விஷயம். ஆனால் அதற்கு ஒன்பது மூளை உண்டாம். ஒரு மூளை மட்டும் அதில் முதன்மையான மூளை. எட்டுக் கைகள் தனித்தனியாகச் செயல்படத்தகுந்த மாதிரி ஒரு கைக்கு ஒரு மூளை என்ற கணக்கில் எட்டு மூளை இருக்கிறது. ஒரே நேரத்தில் ஆக்டோபஸால் எட்டுக் கைகளைக் கொண்டு எட்டு வேறு வேறு விஷயங்களைச் செய்ய முடியும்" என்று அதில் போட்டிருந்தது.

'சரி, அந்த கைகளைத்தான் கழற்றி விட்டானே. ஆனால் ஒன்றும் நடக்கவில்லையே... வேறு ஏதாவது உபயோகமான தகவல் இருக்கிறதா' என்று பார்த்தான். எட்டுக் கைகள், ஒன்பது மூளை என்பது போல அதற்கு இதயமும் ஒன்றல்ல... மூன்று இதயம் என்று போட்டிருந்தது.

பாலு யோசித்தான். ஆக்டோபஸ் உடம்பு பானை வடிவில் பெரியதாக இருந்தது. கண்டிப்பாக அதற்குள் மூன்று இதயம் போன்ற அமைப்பு இருக்கும். அதில் தான் ஏதோ ரகசியம் இருக்க வேண்டும்.

புத்தகத்தை வைத்து விட்டு எழுந்து சென்று ஆக்டோபஸ் உடம்பை ஆராய்ந்தான். ஒரு இடத்தில் சிறிய இடைவெளி இருந்தது. அந்த இடத்தில் திறந்து பார்த்தான். அது ஒரு பெட்டியைப் போல எளிதாகத் திறந்து விட்டது.

அதைப் பார்த்து சிகரியும் மேரியும் ஆச்சரியப்பட்டார்கள். உள்ளே இதய வடிவில் மூன்று பெரிய பெட்டிகளும் மூளை வடிவில் ஒரு சிறிய பெட்டியும் இருந்தன.

"சிகரி, நாம் புதிரை முடித்து விட்டோமா..? உள்ளே பரிசு இருக்குமா..?" ஆர்வம் தாங்காமல் மேரி கேட்டாள்.

சிகரி பதில் சொல்லவில்லை. படபடப்புடன் நடுவில் இருந்த இருதய வடிவ பெட்டியை திறந்தாள். உள்ளே மூன்று டைரிகள் இருந்தன. எடுத்து சில பக்கங்களை புரட்டிப் பார்த்தாள். தாத்தாவின் மேஜிக் பற்றிய செய்முறைக் குறிப்புகள் இருந்தன. அடுத்து வலது பக்கத்துப் பெட்டியை திறந்தாள். அதில் மேஜிக் செய்யத் தாத்தா உபயோகப்படுத்தும் ரகசியப் பொருட்கள் இருந்தன. இடப்பக்க பட்டியில் தாத்தாவின் உயிலும் சொத்துப் பத்திரங்களும் இருந்தன.

"இந்த மூளை வடிவப் பெட்டியில் என்ன இருக்கும்..?" பாலு கேட்க, சிகரி அதைத் திறந்தாள். அதில் ஒரு சுவிட்ச் இருந்தது. அந்த சுவிட்சை அழுத்தியதும் ஒரு கதவு திறந்தது.

திறந்த கதவின் வழியாக லேசான சாரல் அடித்தது. அருவிச் சத்தம் நன்றாக கேட்டது. மூன்று பேரும் ஆளுக்கு ஒரு இதய வடிவப் பெட்டியைக் கவனமாகத் தூக்கிக் கொண்டு நடந்தார்கள். கூடவே

தனாவும் நடந்து வந்தான். சிறிது தூரம் சென்றதும் அவர்களுக்கு எங்கே இருக்கிறார்கள் என்று புரிந்தது. சரியாக அருவியின் பின்புறம் இருக்கும் குகைக்குள் இருந்தார்கள். அருவி நீரில் நனைந்தபடியே வெளியே வந்தார்கள்.

"ஐ... அருவி..." என்று சந்தோஷமாக அதில் நனைந்து கொண்டே இருந்தான் தனா.

"வீட்டுல இருக்கற பாட்டிகிட்டயும் அம்மாகிட்டயும் சொல்றதுக்குப் பல முக்கியமான விஷயங்கள் இருக்குது தனா. நாம எல்லோருமா மறுபடியும் அருவிக்கு வந்து ஆசைதீரக் குளிக்கலாம். இப்ப வாடா.." என்று தனாவை சமாதானப்படுத்தி விட்டு அவனைக் கைப்பிடித்து அழைத்துச் சென்றபடி அனைவரும் வீட்டை நோக்கி நடந்தார்கள்.

ஆக்டோபஸ்சுக்கு ஒன்றல்ல, இரண்டல்ல, மூன்று இதயங்கள் உண்டு. அவற்றில் இரண்டு அதன் செவுள்களுக்கு (gills) இரத்தத்தைச் செலுத்துகின்றன. மூன்றாவது இதயம் உறுப்புகளுக்கு இரத்த ஓட்டத்தைச் செலுத்துகிறது. ஆக்டோபஸின் ரத்தத்தில் ஹீமோசயனின் என்ற நிறமி இருப்பதால் ரத்தம் நீல நிறத்தில் இருக்கும். ஆக்டோபஸின் ரத்தத்தில் ஹீமோசயனின் என்ற நிறமி இருப்பதால் ரத்தம் நீல நிறத்தில் இருக்கும்.